MY PREGNANCY JOURNAL

DATE: ____________________

DATE: ______________________

DATE: ____________________

DATE: ____________________

DATE: ____________________

DATE: ______________________

DATE: ____________________

DATE: ____________________

DATE: ______________________

DATE: ____________________

DATE: ______________________

DATE: ____________________

DATE: ____________________

DATE: ____________________

DATE: ____________________

DATE: ____________________

DATE: ______________________

DATE: ______________________

DATE: ____________________

DATE: ____________________

DATE: ____________________

DATE: ______________________

DATE: ______________________

DATE: ______________________

DATE: ______________________

DATE: ____________________

DATE: ____________________

DATE: ______________________

DATE: ______________________

DATE: ____________________

DATE: ____________________

DATE: ____________________

DATE: ______________________

DATE: ____________________

DATE: ______________________

DATE: ______________________

DATE: ____________________

DATE: ______________________

DATE: ______________________

DATE: ______________________

DATE: ____________________

DATE: ____________________

DATE: ______________________

DATE: ____________________

DATE: ______________________

DATE: ____________________

DATE: ____________________

DATE: ______________________

www.ingramcontent.com/pod-product-compliance
Lightning Source LLC
LaVergne TN
LVHW060830170826
845678LV00010B/1945

* 9 7 9 8 8 6 9 4 5 5 3 8 3 *